maçã

táo

pera

lê

laranja

cam

limão

chanh

uvas

nho

morango

dâu tây

melancia

dưa hấu

coco

dừa

banana

chuối

framboesa

mâm xôi

quivi

kiwi

cereja

anh đào

mirtilo

việt quất xanh

ameixa

mận

pêssego

đào

figo

sung

ananás

dứa

manga

xoài

dióspiro

quả hồng

couve-flor

bông cải trắng

curgete

bí ngòi

beringela

cà tím

cenoura

cà rốt

batata

khoai tây

couve

cải bắp

tomate

cà chua

espinafre

rau chân vịt

brócolos

bông cải xanh

ervilhas

đậu hà lan

abóbora

bí ngô

abóbora-menina

bí đỏ

abacate

bơ

alcachofra

atisô

cogumelo

nấm

rabanete

củ cải

alho

tỏi

cebola

hành tây

beterraba

củ cải đường

alho-francês

tỏi tây

pimento

ớt chuông

pimenta-malagueta

ớt

espargos

măng tây